முட்டாளாய் இரு

பிசினெஸ் கவிதைகள்

LS கண்ணன்

முன்னுரை

கவிதைகள் எழுதியோ, அவற்றைப் படித்தோ இந்த உலகம் முன்னேறுமா என்ற கேள்வி எனக்குள் வந்து போய்க்கொண்டே இருக்கிறது.

கவிதை கவிதை
சேவல் கூவ
விடிந்தது இரவு.

என்று விரக்தியில் நான் எழுதியதும் உண்டு. கவனக் குவிப்பே வெற்றியின் ரகசியம் என்று புரிந்த நாளில் இருந்து கவிதை எழுதுவதையே பல வருடங்கள் ஒதுக்கி வைத்திருந்தேன்.

தொழிலை மேம்படுத்துவதில் கவனம்; அதையே தொழிலாகக் கொண்டதால் - வாடிக்கையாளர் தொழிலை மேம்படுத்தும் தொழிலில் கவனம் - என்று இருந்தேன்.

முட்டாளாய் இரு

ஆனால்,

கனவுகளின் பிரம்மனல்ல நீ !
சேதி சேர்க்கும் தூதுவன்.

என்ற எண்ணம் என்னை எழுதத் தூண்டிக் கொண்டே
இருக்கிறது. நமக்கு எந்த விசயம் இயல்பாக வருகிறதோ,
எது நமக்கு திருப்தியைத் தருகிறதோ அதுவே நமக்கான
பணி.

எனவே, பாரதியின் வரியுடன், அவர் வழியிலே

எமக்குத் தொழில் கவிதை
நாட்டிற்கு உழைத்தல்
இமைப் பொழுதும் சோராதிருத்தல்

என்று தொழிலையும், தொழில்முனைவோரையும் மட்டுமே
கருவாக வைத்து உதித்த கவிதைகளின் தொகுப்பாக
இந்தப் புத்தகம்.

நாமும் முட்டாளாய் இருக்க முயற்சிப்போம்.

LS கண்ணன்

முட்டாளாய் இரு!

ஊமையாய் வேடிக்கை பார்.

காது கேளாதவனாய் நடி.

சமயத்தில் பார்வை அற்றுப் போ.

நிறைய கவனி. கொஞ்சம் யோசி.

தீர்ப்பும் தீர்வும் சொல்வதில்
நேரத்தைக் கரைத்துவிடாதே
தீர்ப்புகளால் பஞ்சாயத்துகளையும்
தீர்வுகளால் சோம்பேறிகளையும் ஈர்க்கிறாய்.

வெகுளியாய் நடி.
பதில் சொல்லாதே. முடிவெடுக்கதே.
கேள்வியே உன் பதிலாய் இருக்கட்டும்.
அவரவர் தேடல் புத்திசாலிகளை உருவாக்கும்.

உனக்கு முக்கியத்துவம் கேட்காதே
சிஸ்டம் தான் உன் ஹீரோ
மக்களை யோசிக்க வை
சிஸ்டத்தை முடிவெடுக்க வை.

எல்லா விஷயங்களையும் தெரிந்தவனாய்
இருக்காதே.
அவுட்டேட்டட் ஆக இரு - விவாதிக்காதே.
தன்னை நிரூபிப்பதே விவாதங்களின்
நோக்கமாக இருக்கிறது.

டிவி, CCTV, Facebook திரைகளுக்கு முழுக்குப்
போடு.
அத்தனையும் சின்னச் சின்ன சிறைகள்தான்.
வலைத்தளங்களில் கற்பதெல்லாம் 90% பொய்.
திரையை விலக்கினால் வாழ்க்கை விளங்கும்.

AC அறையில் அமர்ந்து கூட்டம் நடத்தாதே.
வேலை நடக்கும் இடத்திற்குப் போ
நின்று கொண்டு யோசித்தால் வேலைகள் ஓடும்.
உட்கார்ந்து யோசித்தால் வேலைகள் படுத்துவிடும்.

வெற்றி பெற்றவர் எவர் செய்வதையும்
செய்யாதே.
சுற்றி இருப்பவரிடம் அறிவுரை கேட்காதே
எவரோடும் உன்னை ஒப்பிடாதே
அவரவர் கஷ்டம் ரகசியம்.

தேவையில்லாத விஷயங்களைக்
கற்றுக்கொள்ளாதே

தெரிந்துகொள்வதில் குழப்பமே மிஞ்சும்.
கேள்வி ஞானம் ஞானமல்ல.
கேள்வியே ஞானம் தேடலே தெளிவு

ஆழ நிலை கொள்!
வையத் தலைமை கொள்!

LS கண்ணன்

ஒற்றைக் கயிறு

வாழ்க்கை –
சிகரத்தை நோக்கிய மலைப் பயணம்.
ஏறுவது மட்டுமே உன் வேலை
ஏறு! ஏறு! ஏறு!

பயணம்தான் குறிக்கோள்
சிகரம் அல்ல.
வெற்றி அல்ல –
முயற்சிதானே வாழ்க்கை.

இன்றைய சோம்பல் நாளைய தேக்கம்
இன்றைய சுகங்கள் நாளை உன் சுமைகள்
நிழலை நோக்கி நகர்ந்துவிடதே
உயரம் உயரம் உயரம் உன் பயணம்.

வியர்வை, ரத்தம் ரெண்டையும் செலவழி
ஓய்வு, உறக்கம் மருந்துக்கு வைத்துக்கொள்
உடலெல்லாம் காயப் பட்டாலும்
உன் புன்னகை காய்ந்துவிடாமல் பார்த்துக்கொள்.

கற்களைக் கடக்க கஷ்டப் படாதே!
கைகளால் பிடி, ஏறு
கால்களால் மிதி, மேலே வா!
அடுத்த உயரம் ஆரம்பமாகும்.

ஏறும்போது தடையாய் வந்த கற்கள்
நீ தவறி விழும்போது
உன்னைத்
தாங்கிப் பிடிக்கும்.

சில அடி ஏறி
சில அடி சறுக்கலாம்.
கூட்டிக் கழித்துப் பார் –
உன் உயரம் வரை நிச்சயம் லாபம்.

ஏறுவது மட்டுமே உன் வேலை
ஏறு ஏறு ஏறு
விழுவதிலும் தவறில்லை
விழு விழு விழு

ஆனால் விட்டுவிடாதே
உச்சியை உன்னோடு இணைக்கும்
ஒற்றைக் கயிற்றை.

ஆனந்தமாய் தொழில் முனைவோம்

வாழ்க்கை பல கூரான வார்த்தைகளால்

பேசும்போது

பழைய நியதிகள் உடைகின்றன.

வலிகளிலும் வளங்கள் வற்றிய நிலையிலுமே

வாழ்க்கை தன்னை வெளிக்காட்டுகிறது.
அதன் அர்த்தத்தைக் கண்டுகொள்ளச் சொல்கிறது.

என் வாழ்க்கையின் அர்த்தம் என்ன?
அறிஞர்கள் சொன்னார்கள் -
வாழ்க்கையின் அர்த்தத்தைக் காண மரணப்
படுக்கையில் இரு!

வாழ்க்கைக்குப் பின் ஓர் அடையாளத்தை
விரும்பினால்
வாழும்போதே அதை நான் உருவாக்க வேண்டும்.

தொடர்ந்து சோர்வின்றி எதைச் செய்கிறேனோ
நான் எதை மற்றவருக்கு சிறப்பாகத் தரமுடியுமோ -
அதுவே என் திறமையாகி, பின் அடையாளம்
ஆகிறது.

திறமை எங்கிருந்து வருகிறது?
பிறப்பினில், சூழலில், வாழ்க்கை தந்த
அனுபவங்களில் இருந்தே.

ஒவ்வொரு நிகழ்வின் மூலமும்
வாழ்க்கை நமக்கு ஓர் அனுபவத்தைக்
கொடுத்துக் கொண்டே இருக்கிறது.
ஒரே நிகழ்வு வேறெருவருக்கு வேறோர் அனுபவம்.

கொடுக்காத ஒன்றைப் பெறமுடியாது.
இந்த விதி வாழ்க்கைக்கும் பொருந்தும்.

பெறப்பட்ட எல்லாம் கொடுக்கப்பட வேண்டும்
பெறப்பட்டவை எல்லாம் வெளிப்பட வேண்டும்.
அதுவே என் தனித்திறமை. அதுவே என்
அடையாளம்.

வாழ்க்கை நம்மிடம் கேட்பதெல்லாம்
ஒரு சுழற்சியை தொடங்கத் தான் -
எடுத்தவரை கொடுக்கத் தொடங்கு
கொடுக்கும்போது இன்னும் எடுத்துக்கொள்
எடுத்ததைக் மீண்டும் கொடு

நீ வெளிப்படுத்த வெளிப்படுத்த
வாழ்க்கை வழங்கிக் கொண்டே இருக்கும்.
வளங்கள் வளர்ந்துகொண்டே இருக்கும்.

நினைத்ததெல்லாம்...

பன்னெடுங்காலம் தவம்
வந்தேவிட்டார் கடவுள்

மகனே, தவத்தை மெச்சினேன்
வேண்டுவன கேள்!

இறைவா, நான் நினைப்பதெல்லாம்
நடக்க வேண்டும்.

கடவுள் சிரித்தார்
திகைத்தான்.

பத்து மாதம் அறியாமல் செய்த
தவத்திற்கே அளித்துவிட்டேன்
இந்த வரத்தை.

இது உன் பிறப்புரிமை
நீ, நினை நினை நினை!
நடக்கும்.

கடவுள் மறைந்தார்
வெளிச்சம் உணர்ந்தான்.

நான் எனப்படுவது ...

உயிருக்குள் நீ

உணரும் நெருப்பு நான்

கண்டதும் மனமிரங்கி

உன் மனமிறங்கி விடுவேன்.

அக்கினிக் குஞ்சாய் ஆழ் மனதில்
எரிந்துகொண்டே இருப்பேன்.

நெருப்பைத் தொட்டவன் போல
நீ இருப்பு கொள்ளமாட்டாய்
உறக்கமும் கொள்ளமாட்டாய்

நான் யார் என்பதை விட
நீ யார் என்பதை
உணர்ந்துகொள்.

என்னை சுமந்துகொண்டே
இன்னொன்றையும் பற்ற நினைத்தால்
நீ வரம்பெறும் தகுதியை இழக்கிறாய்.

ஒன்றை முடிவெடுத்து
அதை மட்டும் பிடி
மற்றதை விடு.

எனை மின்மினியாய் புட்டிக்குள்
அடைத்து அழகுபார்த்தால் நீ
ஆசைகள் சேர்க்கும் சோம்பேறி.

உன்னோடு நான் இருக்கும்வரை
உனக்கு ஆபத்து.
என்னைக் கைவிடு.

நேரம் வரும் என நெஞ்சொடு வைத்து என்னை
நீறுபூக்க வைத்துவிட்டால்
நீ திட்டங்கள் தெரிந்த கோழை.

என்தீக்கரங்கள்
உன்னை காயப்படுத்தும்
உமிழ்ந்துவிடு.

உன்அக்கினிச் சிறகின்
திரியாய் எனைப் பற்றவைத்தால்
நீ கருமம் துணிந்த வீரன்!

பற்றிக்கொள்வேன்! உனை
அடுத்த உலகம்
ஏற்றிச்செல்வது என் பொறுப்பு.

காதல் அல்ல
கனவு என்பதென் பெயர்.

இதையும் கடந்து போவோம்

நடக்கக் கற்றது குழந்தை
அதன் சுட்டித்தனத்தைப்
பார்த்து மகிழ்ந்தோம்.

படமெடுத்தும் கைதட்டியும்

கட்டியணைத்தும் அதனை
மகிழ்வித்தோம்

வெகுசில நாட்களில்
வீடெல்லாம் சுற்றத்
தொடங்கியது.

தலையணை வைத்துத் தடுத்துப் பார்த்தேன்
தழுவிப் புரண்டு வெளிவந்து
தலை சாய்த்துக் கண்மூடி சிரித்தது.

அமரும் வண்டியில் அடைத்து வைத்தேன்
வண்டியோடு சேர்ந்து வலம் வந்தது.
தானே கைதட்டிக் கொண்டது.

நாற்காலி வைத்துத் தடுத்திடலாமோ
முயன்றும் பார்த்தேன்
அடியில் நுழைந்து வந்து அப்பா என்றது.

உரக்கச் சொல்லிக் முறைத்துப் பார்த்தேன்

ஈஎன்று சிரித்து
என்தொடை மீதே தாவிச் சென்றது.

குழந்தைக்குத் தெரிந்திருந்தது
வாழ்க்கையின் சூட்சுமம் -
தடுப்பாய் வந்தவை எல்லாம்
தடைகள் அல்ல.

முடங்கிப்போன தொழிலால்
துவண்டு போன எனக்கு
அப்போதுதான் புரிந்தது.

இதோ நானும்
குழந்தையின் பின்னால் ...

LS கண்ணன்

வாழ்க்கை சுழற்சி

வாழ்க்கையே விலை போகலாம்

வசந்தம் கூடத் தீப்பற்றலாம்

நம்பிக்கை எல்லாம் நலிந்து போகலாம் – உன்

நாளை என்பதே களவு போகலாம்.

முட்டாளாய் இரு

போகட்டும். ஆனால் –

சிந்தனைகளை என்றும்
சிறைப் படுத்தாதே!
கனவுகளை ஒருநாளும்
காயவிடதே!

நினைவில் கொள் –
மிகப் பெரிய விருட்சமெல்லாம்
சின்னச் சின்ன
விதைகளின் கனவுகள்.

நண்பனே!
கனவுகள் பொதுவானவை.
சிந்தனைகள் பொதுசொத்து.
கர்வம் களைந்து பார் –

கனவுகளின் பிரம்மனல்ல நீ !
சேதி சேர்க்கும் தூதுவன்.
நீ வெறும் ஒலிபரப்பி

அவன்தான் பேச்சாளன்.

அவன் கடலைக் காய்த்துக் காய்த்து
மேகம் செய்கிறான்.
திரட்டியதேல்லாம் எங்கோ
மழையாய்ப் பொழிகிறான்.

நீ கடல்.

காலம் தீ இட்டுச் சுடச் சுட
நீ ஆவியாகு - உன்னை இழ.
ஊருக்கே பொழியும்போது
நீ கடவுளின் கொடை.

நாளை மழையாக நீ
உணவாக நீ
நதியாக நீ
மீண்டும் உன்னில் நீ

வாழ்க்கை சுழலட்டும்.

விழுந்த பின்

இன்னும் நான்
உயிருடன் தான் இருக்கிறேன்
விழுந்துவிட்டேன்
ஒழிந்துவிடவில்லை.

சூரியன் மறையலாம்
ஒருநாளும் மரிப்பதில்லை.
நானும் மறைந்திருக்கிறேன்
மீண்டும் உதிப்பதற்காக.

நாளை என் தீக்கரங்கள்
வெளிச்சத்தோடு வெப்பத்தையும் கொண்டுவரும்
இருளோடு சில
புழுக்களும் அதில் சாகட்டும்.

சிந்தனைகள் சிதறச் சிதற
துளித்துளியாய்
உயரங்கள் உருக்குலைய
விழுந்துவிட்டேன்.

விழுவதால் அழுவதில்லை
மழைத்துளிகள்.
சிந்திப்போனேன் நானும்
சிறைபட மாட்டேன்.

மீண்டும் என்னை ஒன்றாக்கி
தடை தகர்க்கும் புதுவெள்ளமாய் உருவேடுப்பேன்.
என் அலைகளில்
இந்த பூமி சுத்தப்படட்டும்.

கனவுச் சிறகுகள் முறிந்திட
விழுந்துவிட்டேன்
நம்பிக்கை வேர்களையும்
இழந்துவிட்டேன்.

உயிர்கொண்ட சதையாய்
விழுந்திருந்தால் இறந்திருப்பேன்
உயிர் சூழ்ந்த விதையாய்
மருவிவிட்டேன்.

சேற்றுக்குள் புதைகிறேன் என்று புலம்பாதீர்கள்
நான் பூமிக்குள் விதைகிறேன்.
உணர்வுகள் இல்லை
உயிர் மட்டுமுண்டு.

எனைத் தாங்க கரங்கள் தேடமாட்டேன்
நானே வேர்விடுவேன்.
அழுது புலம்ப மாட்டேன்
முட்டி முளைத்திடுவேன்.

ஆதரவுதேடி
தஞ்சம் கேட்கமாட்டேன்
கொஞ்சம் பொறுங்கள்
உங்களுக்கே நிழல் தருவேன்.

விழுந்ததற்கு இனியும் அழப்போவதில்லை
விதையாகி நானே விருட்சமாவேன்.
நான் சிறகடித்த உயரங்கள்
என் உச்சிக்குக் கீழிருக்கும்.

ஒப்பீடு

உன்னை மட்டும் உற்றுப் பார்க்கும்
சிறைப் பறவையே, வா வெளியே!
சிற்சில பெரியனவும் பார்.

நீ சேர்த்து வைக்கும் தானியம் போல்
குவிந்துள்ள குன்று
யார் சேர்த்த குவியல் அது?

குன்றிடையே
குழைந்து வரும் அருவி –
யார் உழைப்பின் வியர்வை அது?

அணுவையும் அதைச் சுற்றும்
எலக்ட்ரான்களையும் எண்ணிப் பார்த்து
இறுமாப்பு கொள்கிறாய்.

சூரியனையும் அதனைச்
சுற்றும் கோள்களையும் நிமிர்ந்து பார்.
அதில் எவ்வளவு பெரியவன் நீ?

நுண்நோக்கியில் வைரஸ்களைப் பார்க்கிறாய் -
பேரண்டத்தின் ஒரு ஜீவன்
உன்னை அதன் நுண்ணோக்கியில் பார்க்கிறதா?

உன் வயிற்றுக்குள்ளே லட்சம் பாக்டீரியாக்கள் .
உன் பூமி
யார் வயிற்று பாக்டீரியாவோ?

உன் துளி ரத்தத்தில் கோடி செல்கள் -
இந்த சூரியக் குடும்பம்
எந்தத் துளியின் எத்தனையாவது செல்லோ?

இவை அனைத்திற்கும் விடை தெரியுமா?
விஞ்ஞான அறிவுக்கே
வியப்புதான் இல்லையா?

உணர்ந்துகொள் –
உனக்குள்ளே ஒரு பிரபஞ்சம்.
யோசித்துப் பார் –
இந்தப் பிரபஞ்சத்தில் நீ யார்?

ஒரு நாள் ஒரு கனவு

இதமான வெளிச்சம்
அமைதியான காற்று
மென்மையான இயக்கங்கள்.

கண்ணெதிரே கடற்கரை

ஒரு நீண்ட சுவர்மேல்
தனிமையில் நான்.

யாரோ எங்கிருந்தோ
காற்று போல அருகில் வந்தமர்ந்ததாய்
ஓர் எண்ணம்.

என்னருகில் பலநாள் பழகிய
ஓர் உருவம் - ஒரு சக்தி.
பார்வையில் அல்ல உணர்வுக்குப் புலப்படும்
ஒரு பரிச்சயம்.

என்னையும் அறியாமல்
கடவுளை வணங்குவது போன்ற
ஒரு அனுபவம்.

பின்னால் ஆரவாரம் இன்றி
அலையடித்துக் கொண்டிருக்கிறது
பொன்னிறத்தில் கடல்.

அருகில் ஆதரவாய் அமர்ந்து
என் இடத்தோள் மீது தன்
வலக்கரம் வைத்துக் கேட்டார் -

சொல் கண்ணா, எப்படி இருக்கிறாய்?

எனக்குள் எந்தக் கலவரமும் இல்லை
பயமும் இல்லை.
புதிதாய் உணர்ந்த பதட்டமும் இல்லை.
வேறெந்த எண்ணமும் தோன்றவில்லை.

சலனமின்றி பதில் சொன்னேன் -
உனக்குத் தெரியாதா?
ஏதோ இருக்கிறேன்.

சில நொடிகள் இடைவெளி -
இது அவரின் அமைதியான
புன்னகையாய் இருந்திருக்கும்.

ஏன் அப்படிச் சொல்கிறாய்?

மகிழ்ச்சியாய் இருக்கிறாயா, இல்லையா?

ஒரே ஒரு சந்தோசம் -
மிகப் பெரிய துன்பங்கள்
என்னை சூழ்ந்து இருப்பினும்
இன்னும் நான் மூழ்கவில்லை.

மீண்டும் அதே புன்னகை.

'நான் உனக்கு உருவம் கொடுக்கவா?
உன்னை உணர எனக்கு எளிதாக இருக்கும்'

வேண்டாம் -
நாம் அந்நியப் பட்டுப் போவோம்.
தோள்மீது அந்தக் கரத்தின்
இறுக்கம் தெரிந்தது.

'எனில் நான் உன்னை
யாராகப் பார்ப்பது?
நண்பனாகவா? கடவுளாகவா?'

இப்போது கொஞ்சம் சிரிப்பு -
அவனும் நான் இவனும் நான்
நீயும் நான், எல்லாமும் நான்.

உனக்குள் நான், நீயாக நான்
ஒவ்வொன்றுக்குள்ளும் அதுவாக நான்.

என்னை நானாக உணர முடியவில்லை என்றால்
என்னை நீயாக பாவித்துக் கொள்.

உன்னை நீ நேரில் பார்த்திருக்கிறாயா?

'இல்லை. ஆனால்
என் பிம்பத்தைப் பார்த்திருக்கிறேன்'

அப்படிப் பார் என்னையும்.
நமக்குள் பிரிவுகள் கிடையாது.
'பிறகு ஏன் எனக்கு
இத்தனை சோதனைகள்?'

உன் கேள்வியிலேயே
பதில் இருக்கிறதே!

தேட விருப்பமில்லாமல்
வெறித்துப் பார்த்தேன்.

இவையெல்லாம் சோகங்கள் அல்ல -
சோதனைகள்.
நீ பக்குவப்பட்டிதுப்பது புரிகிறதா?

ஒவ்வொரு உயிருக்கும்
ஒரு நோக்கம் இருக்கிறது.
ஒவ்வொரு படைப்புக்கும்
ஒரு பயன் இருக்கிறது.

எல்லா உயிர்களின் பயணமும்
அந்த உயர்ந்த இலக்கை
நோக்கியே இருக்கும்.
வாழ்க்கையில் வெற்றி என்பது

நீ இலக்கை நோக்கி சரியான பாதையில் தான்
செல்கிறாய் என்பதற்கான அடையாளம்.

எவ்வளவு தூரம் கடந்திருக்கிறாய்,
இன்னும் எவ்வளவு எஞ்சி இருக்கிறது
என்று சொல்லும் மைல்கல்.

சரிவு என்பது
உன் உழைப்பு போதவில்லை
என்று சொல்லும் எச்சரிக்கை -
அல்லது சிறு அபராதம்.

முழு அர்ப்பணிப்போடு
முயற்சித்த பின்னும் வரும்
தோல்வி என்பது

உன் பாதை இதுவல்ல
அருகில் எங்கோ இருக்கிறது
என்ற அறிவுரை.

வெற்றி தோல்வியில்
இருந்து அப்பாற்பட்டவை
இன்பமும் துன்பமும்.

இன்பம் என்பது
ஓர் உயிரின் இயல்பு நிலை
உன்னதமான இறைநிலை.

துன்பங்களில் இருந்து
கற்றுக் கொள்ள வேண்டியவை
ஏராளம்.

துன்பங்களின் பிறப்பிடம்
உலகியல்.

உண்மையில்
உயிரின் பாதையில்
வழித்துணையாவது
உலகியல் தான்.

அது உணவு தரும், ஓய்வு தரும்
ஊக்கம் தரும்.
அவற்றைக் கொண்டே நீ
இலக்கை அடைய வேண்டும்.

உலகியலில் நீ எதன்மீது
அதிக நாட்டம் கொள்கிறாயோ
அதுவே துன்பம் தரும்.

அதனை எட்டிப் பிடிக்க
துரத்திச் செல்ல வேண்டும்.

சாலை மாறும் போது
வேலிகள் காயப்படுத்துவது இல்லையா?
விருப்பம் தேடிப் போகும் போது
வாழ்க்கை வேலிகள்
உன்னை ரணமாக்கும்.

முட்களை மிதிக்கும் முன்னரே
முடிவெடுத்துக் கொள் -

உன் விருப்பத்திற்கு
என்ன விலையும் கொடுக்கத் தயாரா என்று.
அந்தக் காயங்களும்
அவஸ்த்தைகளும்தான்
விருப்பத்திற்கான விலை.

விருப்பத்தின் விலையாய்
நீ இன்பத்தை இழக்கும்
நிலைதான் துன்பம்.
புரிகிறதா?

'எல்லாம் சரி,
இப்போது நான்
என்ன செய்யட்டும்?'

முடிவெடு

'என்ன முடிவெடுக்கட்டும்?'

யோசி

எடுக்கும் முடிவில்
சரியென்றும் தவறென்றும்
எதுவும் இல்லை.

முடிவின் சிறப்பு
எடுத்த முடிவில் நீ
எவ்வளவு பிடிப்போடு இருக்கிறாய்
என்பதைப் பொறுத்தே அமைகிறது.

முடிவின் சரி தவறைத் தீர்மானிப்பது
வருங்காலம் தானே தவிர,
முடிவெடுக்கும் தருணம் இல்லை.

வரும் காலத்தில்
எடுத்த முடிவின் படி
நீ நிற்கவில்லை என்றால்
அது தவறான முடிவாகி விடும்.

உலகமே எதிர்த்தாலும்

எடுத்த முடிவில் நீ
உறுதியாக நிற்க முடிந்தால்
அது சரியான முடிவாகும்.

பிடி கொடுக்காத பதில்கள்
இன்னும் இறுக்கினேன்.
'நீ என் நிலையில் இருந்திருந்தால்
என்ன முடிவு எடுத்திருப்பாய்?'

நீ என்ன செய்யப் போகிறாயோ
அதைத் தான்.

சிரித்து விட்டேன்.

'சரி -
ஒன்று மட்டும் சொல்.
நாளை நான் எப்படி இருப்பேன்?
விலை கொடுத்திருப்பேனா?
விட்டு விட்டிருப்பேனா?'

இப்போதும் சிரிப்பு -
ஆனால் இந்த முறை
அது ஏளனமாய் இருந்தது.

நீ நீயாக இரு
இப்போது இப்போதாக இருக்கட்டும்.
அதுதான் வாழ்வின் ருசி.

மீண்டும் காற்று லேசாக அடித்தது.
பின்னால் அலைகளின்
சத்தம் கேட்டுக் கொண்டே
இருந்தது.

www.ingramcontent.com/pod-product-compliance
Lightning Source LLC
Chambersburg PA
CBHW022121150726
47990CB00003B/1452